Conversational Yorùbá for kids

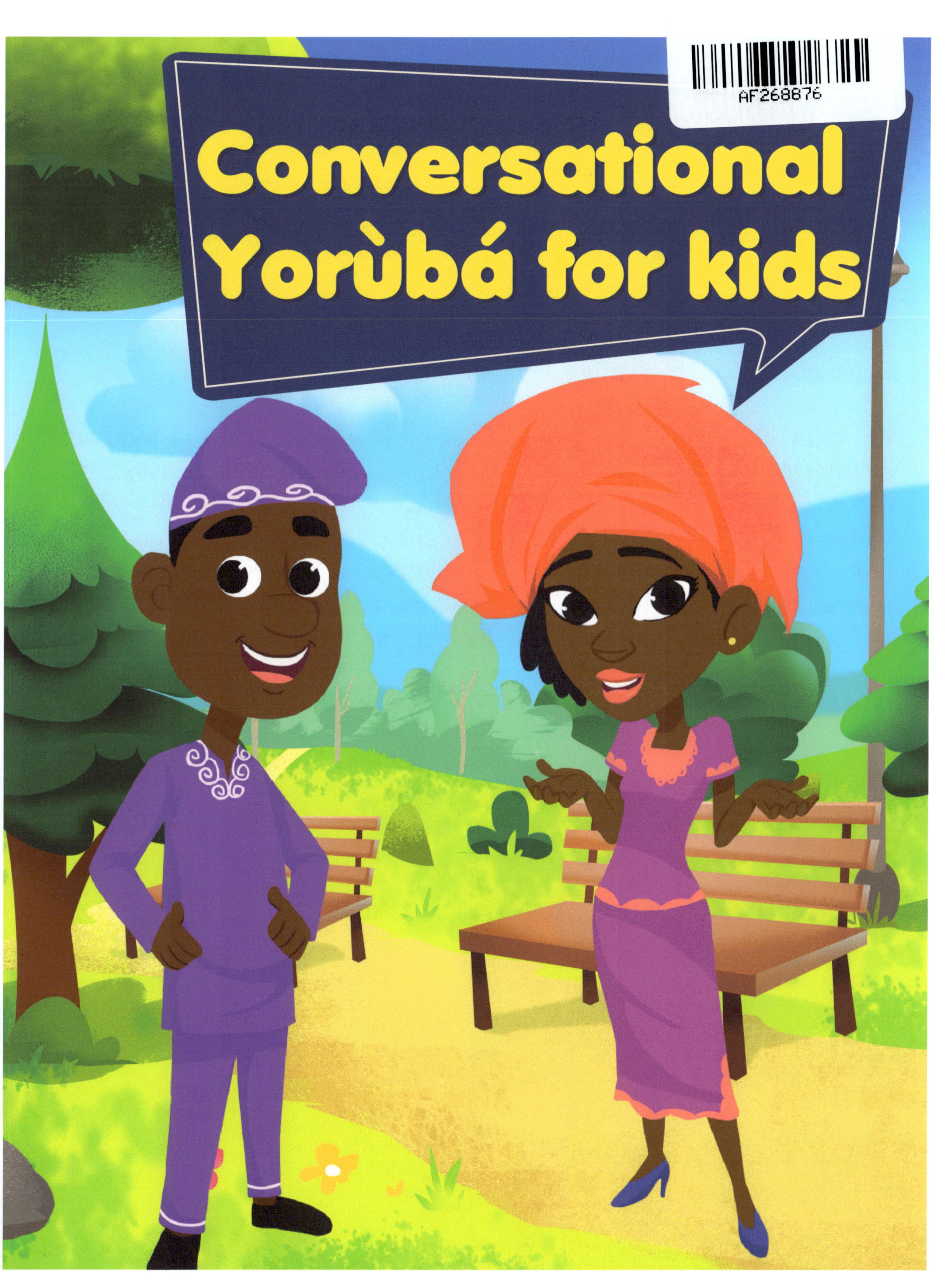

ISBN 978-1-8384397-1-2

WELCOME

Conversational Yorùbá for kids helps you learn to converse in Yorùbá using real-life situations. It covers situations like introductions, shopping, emergencies, moods, etc., with illustrated scenes to make learning Yorùbá easy and fun for beginners.

It comes with downloadable audio files (https://bit.ly/yorubabookaudio), so you can listen to the conversations as you read. The book can also serve as a complementary guide to the Yorùbá102 module in the Genii Games App (https://geniigames.app). I hope you enjoy its simplicity, learn and showcase your growing conversational Yorùbá skills.

For corrections, suggestions, or contributions, please email hello@wafunkltd.com

Thank you to:

Jimoh Adeyemi, Aderoju Adefarakan (Voice and Content), Olumuyiwa Lanson, Kolade Ogunbayode (Proofreading), Segun Samson (Illustrations), Tughu Aiyewa (Design), Samuel Suraphel, Olatoro and Funke Adegbembo, CCHub Nigeria for your contributions, support, and motivation.

Ẹ ṣe!

Adebayo Adegbembo

HOW TO USE THIS BOOK

The chapters are independent of one another. Hence, the reader can jump into any topic of choice.

Each chapter has reference audio files which you can download from https://bit.ly/yorubabookaudio. The files are named to coincide with the Chapters. With those, you can listen to the sounds for actual pronunciations.

Follow the lessons carefully to understand the situations and sentences used.

The conversations flow from top to bottom in each panel. Read the topmost speech bubble first.

Yorùbá sentences are in Black texts and English translations in Blue texts.

Each chapter includes matching audio files to help the reader with the pronunciations.

Use the activities after lessons to test your skills. Check the answers towards the end of the book.

Table of Content

Table of Content

Part 1
Building Blocks

Aderoju describes herself and others in the first, second and third persons with examples. Chapter 1

Mo — I

Mo lọ.	I went.
Mo lọ sí ilé.	I went home.
Mo máa lọ sí ilé.	I will go home.
Mo ń lọ sí ilé.	I am going home.
Mo ń bọ.	I am coming.

O — You (Singular)

O kà.	You read.
O ka ìwé.	You read a book.
Ò ń ka ìwé.	You are reading a book.
Ò fẹ ka ìwé.	You want to read a book.

Ó — He/She (Singular)

Ó wọ ṣòkòtò.	He wore trousers.
Ó ń wọ ṣòkòtò.	He is wearing trousers.
Ó ń ra ouńjẹ.	She is buying food.
Ó ra ouńjẹ.	She bought food.
Ó fọ aṣọ rẹ̀.	He washed his cloth.
Ó fọ àwọn aṣọ rẹ̀.	She washed her clothes.

Mí   Me/My

Bàbá mí.   My father.
Orúkọ mi ni Ọrẹ. My name is Ọrẹ.
Bàtà mi rèé.   This is my shoe.
Bísí ń ya àwòrán mí. Bisi is drawing me.
Bísí ya àwòrán mí. Bisi drew me.

Tèmi   Mine (Singular)

Tèmi ni.   It is mine.

Rẹ/Ọ/Ẹ   You/Your

Bàbá rẹ.   Your father.
Olùkọ féràn rẹ. The teacher loves you.
Kẹmi kí ọ.   Kemi greets you.
Olú rí ẹ.   Olu saw you.

Tìwọ   Yours (Singular)

Tìwọ ni.   It is yours.

Tirẹ̀/Rẹ   His/Hers (Singular)

Tirẹ̀ ni.   It is his/hers.
Bàbá rẹ.   His/Her father.

À	**We**
À ń ta àwọn èso.	We are selling fruits.

Tiwa/Wa	**Us/Our/Ours (Plural)**
Tiwa ni.	It is ours.
Bàbá wa.	Our father.
Bàbá fún wa.	Father gave us.
Òjó gbé wa.	Òjó lifted us.
Olùkọ kọ wa.	The teacher taught us.

Yín	**You (Plural)**
Adé ń pè yìn.	Ade is calling you.
Ìyá féràn yìn.	Mummy loves you.

Tiyín	**Yours**
Tiyín ni.	It is yours.

Wọn	**They/Them/Their**
Wọn ń jó.	They are dancing.
Wọn jó.	They danced.
Bàbá wọn.	Their father.
Mo se ouńjẹ fún wọn.	I cooked food for them.
Adé lé wọn.	Ade chased them.

Tiwọn	**Theirs**
Tiwọn ni.	It is theirs.

Aderoju is curious. She asks why, what, when, where, who and whose with examples. Chapter 2

Kí ni?	What?
Kí ni èyí?	What is this?
Kí ni ìyẹn?	What is that?
Kí ni orúkọ rẹ?	What is your name?
Kí ni o fẹ?	What do you want?

Ta ni?	Who?
Ta ni èyí?	Who is this?
Ta ni ìyẹn?	Who is that?
Ta ni ọ?	Who are you?
Ta ni o ń pè mí?	Who is calling me?

Èwo?	Which?
Èwo ni èyí?	Which is this?
Èwo ni ìyẹn?	Which is that?
Èwo ni o fẹ?	Which do you want?
Èwo ni o dára?	Which is good?

Níbo?   Where?

Níbo ni o ń lọ?	Where are you going?
Níbo ni o ń gbé?	Where do you live?
Níbo ni o wà?	Where are you?
Níbo ni o ti wá?	Where are you from?

Nígbàwo?   When?

Nígbàwo ni o ń lọ?	When are you going?
Nígbàwo ni o ń bọ?	When are you coming?
Nígbàwo ni o dé?	When did you arrive?
Nígbàwo ni o máa dé?	When will you return?
Nígbàwo ni eré bẹrẹ?	When did the play start?
Nígbàwo ni eré máa bẹrẹ?	When will the play start?

Kílódé?   Why?

Kílódé tí o pẹ?	Why are you late?
Kílódé tí ò ń pè mí?	Why are you calling me?

Titani?   Whose?

Ìwé yi jẹ titani?	This book is whose?
Titani ìwé yi?	Whose book is this?

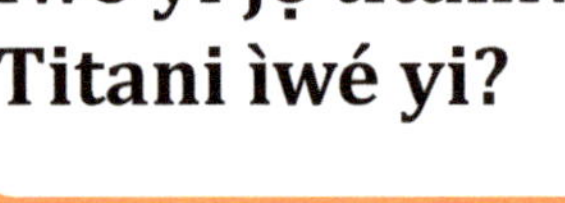

Check the answers on page 55

1. How do you say, 'WHAT is this?'

2. How do you say, 'WHAT is that?'

3. To ask someone WHAT his or her name is:

4. To ask someone WHAT he or she wants:

5. How do you say, 'WHO is this?'

6. How do you say, 'WHO is that?'

7. How do you say, 'WHO are you?'

8. How do you say, 'WHO is calling me?'

9. To ask WHERE someone is going:

10. To ask WHERE someone lives:

11. To ask someone WHERE he or she is:

12. To find out WHERE someone is from:

13. To ask WHY someone is calling you:

14. To ask WHY someone is late:

15. To ask WHEN someone is going somewhere:

16. To ask WHEN someone is coming to see you:

17. To ask someone WHEN he or she arrived:

18. To find out WHEN someone will return from a trip:

19. How do you say, 'WHICH is this?'

20. How do you say, 'WHICH is that?'

21. To ask someone WHICH thing he or she wants:

22. To ask someone WHICH thing is good:

Part 2
Conversations

Lesson 3 Introductions

Ọladipupọ and Aderoju meet for the first time. They learn each other's names, professions and more. Chapter 3

Ìwọ ńkọ?
And you?
Dọkita ni mo jẹ.
I am a doctor.
Mò ń gbé ní Ọyọ.
I live in Ọyọ.
Níbo ni o ń gbé?
Where do you live?
O ṣe.
Thank you.
Inú mí dùn láti mọ ẹ.
Nice to meet you.
A ó ríra ní àìpẹ.
See you soon.
Ó dààbọ.
Goodbye.

Check the answers on page 56

1. To say, 'how are you?':

2. To respond to a hello greeting by saying, 'you are fine':

3. To ask someone for his or her name:

4. To tell someone your name is Aderoju:

5. To ask someone where he or she is from:

6. To tell someone you are from Nigeria:

7. To ask a friend for his or her age:

8. To ask a friend for his or her profession:

9. To tell someone you are a doctor:

10. To ask someone where he or she lives:

11. To tell someone you live in Ọyọ:

12. To express your pleasure after meeting someone:

13. To say goodbye to someone:

14. To tell a friend you are 10 years old:

15. To tell a friend you will see him or her soon:

Lesson 4 — Understanding

Aderoju gains more understanding of Yoruba by asking Ọladipupọ to repeat certain words. Chapter 4

Báwo ni mo ṣe lè sọ English ní èdè Yorùbá?
How do I say English in Yoruba?
Gẹẹsì.
English.
Kíni wọn pe Peter ní èdè Yorùbá?
What is Peter called in Yoruba?
Pétérù.
Peter.
Ṣé ó yé ẹ?
Do you understand?
Rárá. Kò yé mi.
No. I don't understand.
Jọwọ, rọra sọrọ.
Please, speak slowly.
Pétérù.
Peter.

Jọwọ, tún sọ.
Please, repeat it.
Pétérù.
Peter.
Bẹ́ẹ̀ni. Ó yé mi.
Yes. I understand.
Ṣé ó yé ẹ?
Do you understand?

O ṣé gaan.
Thank you very much.
Kò tọpẹ.
Don't mention.

Ó dààbọ.
Goodbye.
A ó ríra tó bá yá.
See you later.

Check the answers on page 57

1. To greet a friend casually:

2. To respond to a casual hello greeting:

3. To tell someone you have some questions to ask:

4. To tell someone you are listening to him or her:

5. To ask someone if he or she speaks Yorùbá:

6. To tell someone you speak a bit of Yorùbá:

7. To tell someone you speak Yorùbá very well:

8. To ask for the translation of the word, 'Peter', in Yorùbá:

9. To ask if someone understands something:

10. To tell someone you do not understand something:

11. To tell someone to repeat a statement:

12. To tell someone you understand something:

13. To say thank you very much to a friend:

14. To tell someone you will see him or her later:

15. To tell someone you do not speak Yorùbá very well:

16. To tell someone to speak slowly:

17. What do you call English in Yorùbá?

18. How do you say, 'And you?' or 'What about you?'

Lesson 5 — Shopping

Èló ni?
How much is it?
Náírà mẹta.
Three Naira.
Ó wọn jù.
It is too expensive.
Rárá. Kò wọn jù.
No. It is not too expensive.
Jẹ kí n san náírà kan.
Let me pay 1 Naira.
Rárá. Kò gbà.
No. I disagree.
Èló ni jálẹ?
What is the last price?
Náírà méjì àbọ.
2 Naira 50 kobo.

Mo máa san náírà méjì.
I'll pay 2 Naira.
Ó dáa.
Alright.
Ṣé ẹ gbà?
Do you agree?
Ó dáa, san owó.
Yes, pay.
Ẹ gbà.
Take.
O ṣe.
Thank you.
Ṣé gbogbo rẹ ni ìyẹn?
Is that all?
Bẹẹni.
Yes.
Ẹ ẹ tà o.
I wish you good sales.
O ṣe. Ó dààbọ.
Thank you. Goodbye.

Check the answers on page 58

1. To ask if someone sells vegetables:

2. To respond, Yes, to a question:

3. To tell a seller you want to view some items before buying:

4. To ask how many items someone wants:

5. To tell a seller you want two items:

6. To tell a seller to give you another item:

7. To ask if a buyer has finished shopping:

8. To ask how much an item costs:

9. To tell a seller an item is too expensive:

10. To ask for a lower price:

11. To confirm if a seller agrees to your price:

12. To tell someone you don't agree to a price:

13. To wish a seller good sales after shopping:

14. To ask someone which item he or she wants:

15. If something costs 3 Naira, you can say:

16. To tell a seller you want an item you're pointing at:

17. To say something is not too expensive:

18. To tell a seller you will pay 2 Naira for an item:

19. To ask if a seller has vegetables:

Lesson 6 Dining

Aderoju is hungry. In the restaurant, she and Ọladipupọ interact with the seller for food and more. Chapter 6

Ebi ń pa mí.
I am hungry.

Kíni o fẹ jẹ?
What would you like to eat?

Mo fẹ jẹ ìrẹsì àti ẹwà.
I want to eat rice and beans.

Jẹ ká lọ jẹun.
Let's go and eat.

Ṣé ẹ ní ìrẹsì àti ẹwà?
Do you have rice and beans?

Bẹẹni.
Yes.

Ẹ fún mí ní ìrẹsì àti ẹwà.
Give me rice and beans.

Òun rè é. Gbà.
Here it is. Take.

Èló ní abọ kan?
How much is one plate?

Náírà kan.
1 Naira.

Ṣé ẹ ní ẹran ògúfe?
Do you have goat meat?

Bẹẹni.
Yes.

Èló ni?
How much is it?

Náírà méjì.
2 Naira.

Ẹ fún mi ní ẹran ẹyọ márùn.
Give me 5 pieces of meat.

Gbà.
Take.

Èló ni gbogbo rẹ jẹ?
How much is the total sum?
Náírà mẹwà.
10 Naira.

Gbà owó rẹ.
Take your money.
O ṣé.
Thank you.

Àṣẹ.
Amen.
Á gba ibi re o.
Bon appétit.

Báwo ni ouńjẹ náà?
How is the food?
Ó dùn.
It is delicious.

Báwo ni ọbẹ náà?
How is the soup?
Ó ta.
It is spicy.

Jọwọ, fún mi ní omi.
Please, give me water.
Gbà.
Take.

Mú ọbẹ wá fún mi.
Bring me a knife.
Mò ń mú bọ.
I am coming with it.

Mo fẹ iyọ si.
I want more salt.
Òun rè é.
Here it is.

Ṣé o fẹ ounjẹ si?
Do you want more food?
Rárá. Mo ti yo.
No. I am full.

Ìwọ náà ń kọ?
What about you?
Mí ò tí yo.
I'm not full.

Mo fẹ ìrẹsì si.
I want more rice.
Díẹ tabí púpọ?
Small or large quantity?

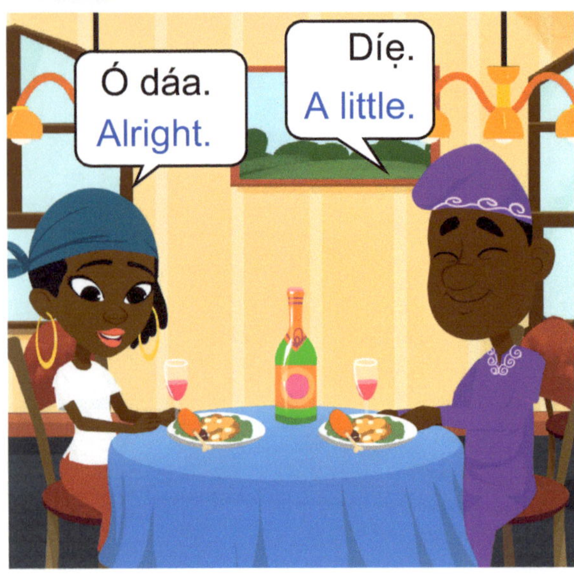

Ó dáa.
Alright.
Díẹ.
A little.

Òun rè é. Gbá.
Here it is. Take.
Ẹ ṣe.
Thank you.

Check the answers on page 59

1. To tell someone you are hungry:

2. To ask what someone wants to eat:

3. To tell someone you want to eat rice and beans:

4. To ask if rice and beans are available:

5. To tell someone to give you rice and beans:

6. To ask how much a plate of food costs:

7. To ask how much an item costs:

8. When paying for a service, you can say:

9. To ask what someone thinks of the food he is eating:

10. To tell someone the food you are eating is delicious:

11. To tell someone the food you are eating is spicy:

12. To tell someone you want more salt:

13. To tell someone you want more rice:

14. After eating, to tell someone 'you are full':

15. After eating, to tell someone 'you are not full':

16. If you want a small quantity between two options, you can say:

17. To invite someone to go off to eat with you:

18. When passing an item to someone, you can say:

19. To ask if someone wants more food:

20. To tell someone you want five pieces of meat:

21. To ask if a specific item (goat meat) is available:

22. To ask for the total cost of a service or goods:

23. To ask for the quantity of an item:

Lesson 7 — Drinks

Aderoju and Ọladipupọ are at a bar to have some drinks. They interact with the seller for drinks and more. 🔊 **Chapter 7**

Ó tán.
That's all.
Kíni ẹ tún fẹ si?
What else do you want?
Èló ni?
How much is it?
Náírà kan.
1 Naira.
Gbà.
Take.
Ẹ ṣe.
Thank you.

Check the answers on page 60

1. To tell someone you are thirsty:

2. To ask if drinks are available:

3. To ask someone what he or she wants to drink:

4. To tell someone you have water and other drinks, you can say:

5. To tell someone to give you water:

6. To ask if someone wants something else:

7. To tell someone to give you cold water, you can say:

8. To ask how much a drink costs:

9. When passing something to someone, you can say:

10. To tell someone, that's all, you can say:

11. To express gratitude when given a drink:

12. To tell someone you have all sorts of an item, you can say:

Aderoju wants to make a short trip across town. She finds a taxi, describes her destination to the driver and more. **Chapter 8**

Jọwọ, wọlé.
Please, enter.
Ó dáa.
Alright.
Ó dáa.
Alright.
Jọwọ, dúró ní bí.
Please, stop here.
Ẹ ṣé.
Thank you.
Gbà owó rẹ.
Take your money.
Ó dààbọ.
Goodbye.
Ó dààbọ.
Goodbye.

Check the answers on page 61

1. To greet a taxi driver at work, you can say:

2. To ask a taxi driver for his or her destination:

3. To ask for the taxi fare:

4. To ask if a taxi driver is going to a specific destination (Toyin Street):

5. If a driver asks if you are going to a destination and you are not, say:

6. To tell someone to enter a vehicle:

7. To tell a taxi driver you want to stop somewhere:

8. When paying the taxi driver, you can say:

9. If a driver asks if you are going to a destination and you are, say:

10. To tell someone goodbye:

Lesson 9 — Travelling

Aderoju wants to travel out of town. She and Ọladipupọ discuss her destination, time of departure and more. Chapter 9

Nígbàwo ni o máa de?
When will you return?
Ọsẹ tí o ń bọ.
Next week.
Ṣe ò ń dá lọ ni?
Are you going alone?
Aago mélò ni ẹ máa lọ?
What time will you leave?
Rárá. Pẹlú àwọn ẹbí mí.
No. With my family.
Aago méjì ọsán.
2 P.M.
Ẹ ṣé. Ó dààbọ.
Thank you. Goodbye.
Ó dààbọ.
Goodbye.

Check the answers on page 62

1. To inform a friend that you are about to travel:

2. To ask where someone is travelling to:

3. To ask when someone is travelling:

4. To tell someone that you are travelling tomorrow, you can say:

5. To ask when someone will return from a trip:

6. To ask for the exact time someone will travel:

7. To tell someone you are travelling at 2 PM, you can say:

8. To tell someone goodbye:

9. To ask if someone is travelling alone:

10. To tell someone you are travelling with your family, you can say:

11. To tell someone you are travelling next week, you can say:

12. To tell someone you are travelling to Ọyọ:

13. To tell someone 'okay' or 'alright':

Lesson 10 Directions

Aderoju needs help getting to the market. She gets directions from Ọladipupọ who is familiar with the route. Chapter 10

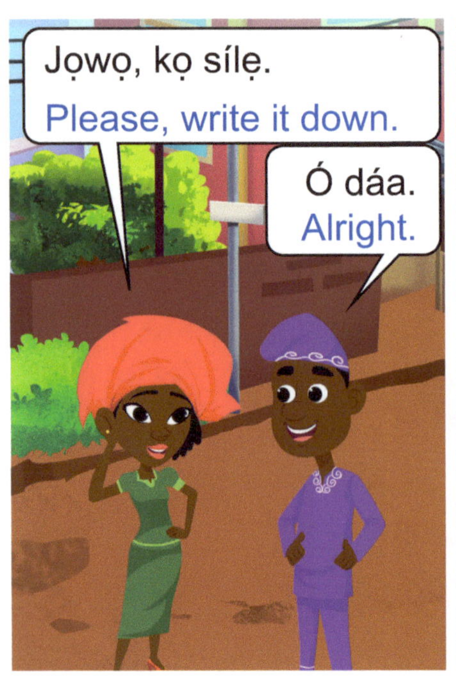

Jọwọ, kọ sílẹ.
Please, write it down.
Ó dáa.
Alright.

Jọwọ, tún sọ.
Please, repeat it.
Ó dáa.
Alright.

Túnbọ máa rìn. Yà sí ọwọ ọtún.
Keep walking. Turn right.
Ó dáa.
Alright.

Ni órí ìtamẹta, sọdá si òpópónà.
At the intersection, cross to the street.
Ó dáa.
Alright.

Yí po. Yà sí ọwọ òsì.
Turn round. Turn left.
Ó yé mi.
I understand.

Níbo ni wọn gbà wọlée?
Where is the entrance?
Ibí yì.
Over here.

Níbo ni wọn gbà jádẹ?
Where is the exit?
Ibẹ yẹn.
Over there.

Check the answers on page 63

1. To tell someone to direct you somewhere:

2. To ask where the market is:

3. To ask if somewhere is faraway:

4. To ask if somewhere is nearby:

5. To tell someone her destination is a 5-minutes-walk, say:

6. To tell someone to turn or go left:

7. To tell someone to turn or go right:

8. To tell someone to repeat a direction, you can say:

9. To ask for the entrance, you can say:

10. To ask for the exit, you can say:

11. To tell someone her destination is 'right here', you can say:

12. To tell someone her destination is 'over there', you can say:

13. To tell someone to write something down:

14. To tell someone his or her destination is not faraway:

15. To ask how to get to a destination (market):

16. To tell someone you understand something:

17. To ask how far somewhere is from your location:

18. To tell someone to continue walking:

19. To tell someone to walk down:

20. To ask someone to go across a street:

21. To describe an intersection, you can say:

22. To tell someone to turn around:

Lesson 11 Moods

Aderoju is having mood swings. Ọladipupọ asks how she's feeling and she expresses her moods to him. Chapter 11

Báwo ni?
How are you?
Inú mi ò dùn.
I am sad.

Jọwọ, máa lọ.
Please, go away.

Kílódé?
What is the matter?
Ẹrù ń bà mí.
I am scared.

Má fi ọwọ kàn mí.
Don't touch me.

Kínì yẹn?
What is it?
Nnkan dùn mí.
I am pained.

Fi mí sílẹ.
Leave me alone.

Kínì yẹn?
What is it?
Ó yà mí lẹnu.
I am surprised.
Má parọ fún mí.
Don't lie to me.
Báwo ni?
How are you?
Inú mì ń dùn.
I am excited.
Sọ òótọ fún mí.
Tell me the truth.
Mo nifẹ rẹ.
I love you.
Mo nifẹ rẹ.
I love you.
O ṣe gaan.
Thank you very much.

Check the answers on page 64

1. To ask how someone is feeling:

2. To tell someone you are angry:

3. To tell someone you are excited or happy:

4. To tell someone you are sad:

5. To tell someone you want to be left alone:

6. To tell someone to 'go away':

7. To ask someone why he or she feels someway, you can say:

8. To tell someone you are scared:

9. To tell someone to say the truth:

10. To tell someone not to tell you lies:

11. To tell someone you are surprised:

12. To tell someone something is troubling you:

13. To tell someone you love him or her:

14. To tell someone you are feeling sleepy:

15. When you do not want someone to touch you, say:

16. When you do not want someone to offend you, say:

17. To tell someone you are irritated:

18. To tell someone you are feeling dizzy:

Aderoju experiences various emergencies. She calls for help and explains her situation. **Chapter 12**

Ẹ gbà wa o!
Help us!
Kílódé?
What is the matter?

Wọn ṣẹṣẹ jí wa ni ẹrù ni.
We have just been robbed.
Jọwọ, pe àwọn ọlọpàá.
Please, call the police.

Ẹ gbà mí o!
Help me!
Kílódé?
What is the matter?

Mo ní ìjàmbá.
I had an accident.
Mo ní láti rí dọkítà.
I need to see a doctor.

Ẹ gbà mí o!
Help me!
Kínì yẹn?
What is it?

Orí ń fọ mi.
I have a headache.
Mo ní láti rí dókítà.
I need to see a doctor.

Ẹ gbà mí o!
Help me!
Kínì yẹn?
What is it?

Ara ń ro mí.
My body aches.
Mo ní láti rí dókítà.
I need to see a doctor.

Rọra!
Be careful!
Kílódé?
What is the matter?
Má sọ bẹẹ.
Don't say that.
Èèwọ ni o.
It is taboo.

Ẹ gbà mí o!
Help me!
Kílódé?
What is the matter?

Mo tí kán lẹsẹ.
I broke my leg.
Mo ní láti rí dókítà.
I need to see a doctor.

Ẹ gbà mí o! Sá ré wá!
Help me! Come quickly!
Kílódé?
What is it?
Kò sí ìyọnu.
No problem.
O mà sé ò. Pẹlẹ.
What a pity. Sorry.
Ẹ jọọ! Níbo ni ilé ìgbọnsè wà?
Please! Where is the toilet?
Kílódé?
What is the matter?
Mo fẹ tọ.
I want to pee.
Níbo ni mo le tọ si?
Where can I pee?
Ẹ jọọ! Níbo ni ilé ìgbọnsè wà?
Please! Where is the toilet?
Kílódé?
What is the matter?
Mo fẹ yàgbẹ.
I want to poo.
Níbo ni mo le yàgbẹ si?
Where can I poo?

Check the answers on page 65

1. To call for help when you are in danger:

2. To ask about a situation:

3. To tell someone you have missed your way:

4. To call for help when you and another person are in danger, say:

5. To tell someone you have lost your money:

6. To tell someone there is a fire:

7. To tell someone to call the police:

8. To say sorry to someone:

9. To tell someone you need to see a doctor:

10. To tell someone something is taboo:

11. To tell someone not to say something:

12. To tell someone you had an accident:

13. To tell someone you have a headache:

14. To tell someone your body aches:

15. To tell someone to come urgently:

16. To ask where the toilet is:

17. To tell someone you want to poo:

18. To tell someone you want to pee:

19. To tell someone you have broken your leg:

20. To warn someone to be careful:

21. To tell someone to help you:

22. To express pity, you can say:

Lesson 13   Catching up

Aderoju and Ọladipupọ catch up after a while. They talk about different people, events and more.   Chapter 13

Ṣé o rántí Babatunde?
Do you remember Babatunde?
Bẹẹni. Bá mi ki.
Yes. Extend my greetings to him.
Ṣé o mọ Ọlamide?
Do you know Ọlamide?
Mi ò mọ Ọlamide.
I don't know Ọlamide.
Ó wà ní Ibadan.
He is in Ibadan.
Níbo ni Ọlamide wà?
Where is Ọlamide?
Ṣé dáadáa ni ó wà?
Is he doing fine?
Bẹẹni, dáadáa ni.
Yes, he is fine.
Ṣé o gbọ nípa Bimbọ?
Did you hear about Bimbo?
Bẹẹni.
Yes.

Ṣé o mọ nípa ayẹyẹ na?
Did you know about the event?
Rárá.
No.
Ṣé o ka nípa iroyin rẹ̀?
Did you read about her story?
Bẹẹni. Díẹ.
Yes. A bit.
Bámi kí gbogbo àwọn ará ilé.
Extend my greetings to your household.
Mo ní láti lọ nísìnyín.
I have to go now.
O o. A gbọ.
Okay. She'll hear.
Bá mi kí Ṣọla.
Extend my greetings to Ṣọla.

Check the answers on page 66

1. To say hello to a friend:

2. To respond to a hello greeting, you can say:

3. When you are just seeing someone after a long time, you can say:

4. To ask a friend where he or she is:

5. To tell someone you are at home:

6. To ask after someone's mom:

7. To ask about someone's household:

8. To ask a friend if he or she remembers Babatunde:

9. To ask if someone knows Ọlamide:

10. To tell someone you do not know Ọlamide:

11. To ask if someone knows about an event:

12. To tell someone, you are about to go now:

13. To tell someone to extend regards on your behalf to his or her household:

14. To tell someone, Yes, you can say:

15. To ask for Ọlamide's whereabout:

16. To respond that another person is in Ibadan:

17. To ask if someone read about a friend's story:

18. To tell someone you know a bit of something:

19. To ask a friend if he or she heard about Bimbọ:

20. To tell someone, No, you can say:

Answers

Question words Activity Page 12

1. How do you say, 'WHAT is this?' — Kí ni èyí?

2. How do you say, 'WHAT is that?' — Kí ni ìyẹn?

3. To ask someone WHAT his or her name is: — Kí ni orúkọ rẹ?

4. To ask someone WHAT he or she wants: — Kí ni o fẹ?

5. How do you say, 'WHO is this?' — Ta ni èyí?

6. How do you say, 'WHO is that?' — Ta ni ìyẹn?

7. How do you say, 'WHO are you?' — Ta ni ọ?

8. How do you say, 'WHO is calling me?' — Ta ni ó ń pè mí?

9. To ask WHERE someone is going: — Níbo ni o ń lọ?

10. To ask WHERE someone lives: — Níbo ni o ń gbé?

11. To ask someone WHERE he or she is: — Níbo ni o wà?

12. To find out WHERE someone is from: — Níbo ni o ti wá?

13. To ask WHY someone is calling you: — Kílódé tí ò ń pè mí?

14. To ask WHY someone is late: — Kílódé tí o pẹ?

15. To ask WHEN someone is going somewhere: — Nígbàwo ni o ń lọ?

16. To ask WHEN someone is coming to see you: — Nígbàwo ni o ń bọ?

17. To ask someone WHEN he or she arrived: — Nígbàwo ni o dé?

18. To find out WHEN someone will return from a trip: — Nígbàwo ni o máa dé?

19. How do you say, 'WHICH is this?' — Èwo ni èyí?

20. How do you say, 'WHICH is that?' — Èwo ni ìyẹn?

21. To ask someone WHICH thing he or she wants: — Èwo ni o fẹ?

22. To ask someone WHICH thing is good: — Èwo ni o dára?

Introductions Activity Page 16

1. To say, 'how are you?': Báwo ni?

2. To respond to a hello greeting by saying, 'you are fine': Mo wà dáadáa.

3. To ask someone for his or her name: Kí ni orúkọ rẹ?

4. To tell someone your name is Aderoju: Orúkọ mí ni Aderoju.

5. To ask someone where he or she is from: Níbo ni o ti wá?

6. To tell someone you are from Nigeria: Mo wà láti Naìjírìà.

7. To ask a friend for his or her age: Ọmọ ọdún mélò ni ẹ?

8. To ask a friend for his or her profession: Irú iṣẹ wo ni o ń ṣe?

9. To tell someone you are a doctor: Dọkita ni mo jẹ.

10. To ask someone where he or she lives: Níbo ni o ń gbé?

11. To tell someone you live in Ọyọ: Mò ń gbé ní Ọyọ.

12. To express your pleasure after meeting someone: Inú mí dùn láti mọ ẹ.

13. To say goodbye to someone: Ó dààbọ.

14. To tell a friend you are 10 years old: Ọmọ ọdún mẹwàá ni mí.

15. To tell a friend you will see him or her soon: A ó ríra ní àìpẹ.

Understanding Activity Page 20

1. To greet a friend casually: — Kíló ń ṣẹlẹ?

2. To respond to a casual hello greeting: — Dáadáa ni.

3. To tell someone you have some questions to ask: — Mo ní àwọn ìbéèrè kan.

4. To tell someone you are listening to him or her: — Mò ń gbọ.

5. To ask someone if he or she speaks Yorùbá: — Ṣé o lè sọ èdè Yorùbá?

6. To tell someone you speak a bit of Yorùbá: — Mo lè sọ èdè Yorùbá díẹ.

7. To tell someone you speak Yorùbá very well: — Mo lè sọ èdè Yorùbá dáadáa.

8. To ask for the translation of the word, 'Peter', in Yorùbá: — Kíni wọn pe Peter ní èdè Yorùbá?

9. To ask if someone understands something: — Ṣé ó yé ẹ?

10. To tell someone you do not understand something: — Kò yé mi.

11. To tell someone to repeat a statement: — Tún sọ.

12. To tell someone you understand something: — Ó yé mi.

13. To say thank you very much to a friend: — O ṣé gaan.

14. To tell someone you will see him or her later: — A ó ríra tó bá yá.

15. To tell someone you do not speak Yorùbá very well: — Mi ò lè sọ èdè Yorùbá dáadáa.

16. To tell someone to speak slowly: — Jọwọ, rọra sọrọ.

17. What do you call English in Yorùbá? — Gẹẹsì.

18. How do you say, 'And you?' or 'What about you?' — Ìwọ náà ń kọ.

Shopping Activity Page 24

1. To ask if someone sells vegetables: — Ṣé ẹ ń tà ẹfọ?

2. To respond, Yes, to a question: — Bẹẹni.

3. To tell a seller you want to view some items before buying: — Jẹ kí ń wò wọn.

4. To ask how many items someone wants: — Mélò ni o fẹ?

5. To tell a seller you want two items: — Mo fẹ méjì.

6. To tell a seller to give you another item: — Ẹ fún mi ní òmíràn.

7. To ask if a buyer has finished shopping: — Ṣé gbogbo rẹ ni ìyẹn?

8. To ask how much an item costs: — Èló ni?

9. To tell a seller an item is too expensive: — Ó wọn jù.

10. To ask for a lower price: — Èló ni jálẹ?

11. To confirm if a seller agrees to your price: — Ṣé ẹ gbà?

12. To tell someone you don't agree to a price: — Rárá. Kò gbà.

13. To wish a seller good sales after shopping: — Ẹ ẹ tà o.

14. To ask someone which item he or she wants: — Èwo ní o fẹ?

15. If something costs 3 Naira, you can say: — Náírà mẹta.

16. To tell a seller you want an item you're pointing at: — Mo fẹ èyi.

17. To say something is not too expensive: — Kò wọn jù.

18. To tell a seller you will pay 2 Naira for an item: — Mo máa san náírà méjì.

19. To ask if a seller has vegetables: — Ṣé ẹ ní ẹfọ?

Lesson 6 Answers

Dining Activity Page 28

1. To tell someone you are hungry: — Ebi ń pa mí.
2. To ask what someone wants to eat: — Kíni o fẹ jẹ?
3. To tell someone you want to eat rice and beans: — Mo fẹ jẹ ìrẹsì àti ẹwà.
4. To ask if rice and beans are available: — Ṣé ẹ ní ìrẹsì àti ẹwà?
5. To tell someone to give you rice and beans: — Ẹ fún mí ní ìrẹsì àti ẹwà.
6. To ask how much a plate of food costs: — Èló ní abọ kan?
7. To ask how much an item costs: — Èló ni?
8. When paying for a service, you can say: — Gbà owó rẹ.
9. To ask what someone thinks of the food he is eating: — Báwo ni ouńjẹ náà?
10. To tell someone the food you are eating is delicious: — Ó dùn.
11. To tell someone the food you are eating is spicy: — Ó ta.
12. To tell someone you want more salt: — Mo fẹ iyọ si.
13. To tell someone you want more rice: — Mo fẹ ìrẹsì si.
14. After eating, to tell someone 'you are full': — Mo ti yo.
15. After eating, to tell someone 'you are not full': — Mí ò tí yo.
16. If you want a small quantity between two options, you can say: — Díè.
17. To invite someone to go off to eat with you: — Jẹ ká lọ jẹun.
18. When passing an item to someone, you can say: — Gbà.
19. To ask if someone wants more food: — Ṣé o fẹ ouńjẹ si?
20. To tell someone you want five pieces of meat: — Ẹ fún mi ní ẹran ẹyọ márùn.
21. To ask if a specific item (goat meat) is available: — Ṣé ẹ ní ẹran ògúfe?
22. To ask for the total cost of a service or goods: — Èló ni gbogbo rẹ jẹ?
23. To ask for the quantity of an item: — Mélò ni o fẹ?

Drinking Activity Page 31

1. To tell someone you are thirsty: Òngbẹ ń gbẹ mí.

2. To ask if drinks are available: Ṣé ẹ ní àwọn nkan mímu?

3. To ask someone what he or she wants to drink: Kíni o fẹ mu?

4. To tell someone you have water and other drinks, you can say: À ni omi àti bẹẹbẹẹlọ.

5. To tell someone to give you water: Fún mi ní omi.

6. To ask if someone wants something else: Kí ni ẹ tún fẹ si?

7. To tell someone to give you cold water, you can say: Fún mi ní omi tútù.

8. To ask how much a drink costs: Èló ni?

9. When passing something to someone, you can say: Gbà.

10. To tell someone, that's all, you can say: Ó tán.

11. To express gratitude when given a drink: Ẹ ṣe.

12. To tell someone you have all sorts of an item, you can say: A ní oríṣiríṣi.

Commuting Activity Page 34

1. To greet a taxi driver at work, you can say: Ẹ kúu iṣẹ o.

2. To ask a taxi driver for his or her destination: Níbo ni ẹ ń lọ?

3. To ask for the taxi fare: Èló ni?

4. To ask if a taxi driver is going to a specific   Ṣẹ ọkọ yí ń lọ sí òpópónà Toyin?
destination (Toyin Street):

5. If a driver asks if you are going to a destination and you are not, say: Rárá.

6. To tell someone to enter a vehicle: Wọlé.

7. To tell a taxi driver you want to stop somewhere: Jọwọ, dúró ní bí.

8. When paying the taxi driver, you can say: Gbà owó rẹ.

9. If a driver asks if you are going to a destination and you are, say: Bẹẹni.

10. To tell someone goodbye: Ó dààbọ.

Travelling Activity Page 37

1. To inform a friend that you are about to travel: Mo fẹ rin ìrìn àjò.

2. To ask where someone is travelling to: Níbo ni o ń lọ?

3. To ask when someone is travelling: Nígbà wo ni o ń lọ?

4. To tell someone that you are travelling tomorrow, you can say: Ọla.

5. To ask when someone will return from a trip: Nígbà wo ni o máa de?

6. To ask for the exact time someone will travel: Aago mélò ni ẹ máa lọ?

7. To tell someone you are travelling at 2 PM, you can say: Aago méjì ọsán.

8. To tell someone goodbye: Ó dààbọ.

9. To ask if someone is travelling alone: Ṣe ò ń dá lọ ni?

10. To tell someone you are travelling with your family, you can say: Pẹlú àwọn ẹbí mí.

11. To tell someone you are travelling next week, you can say: Ọsẹ tí o ń bọ.

12. To tell someone you are travelling to Ọyọ: Mò ń lọ sí Ọyọ.

13. To tell someone 'okay' or 'alright': Ó dáa.

Directions Activity Page 40

1. To tell someone to direct you somewhere: — Jọwọ, juwe ọnà fún mi.

2. To ask where the market is: — Níbo ni ọjà wà?

3. To ask if somewhere is faraway: — Ṣe ò jìnà?

4. To ask if somewhere is nearby: — Ṣé ó wà ní ìtòsí?

5. To tell someone her destination is a 5-minutes-walk, say: — Ìrìn ìṣẹjú márùǹ.

6. To tell someone to turn or go left: — Yà sí ọwọ òsì.

7. To tell someone to turn or go right: — Yà sí ọwọ ọtún.

8. To tell someone to repeat a direction, you can say: — Jọwọ, tún sọ.

9. To ask for the entrance, you can say: — Níbo ni wọn gbà wọlée?

10. To ask for the exit, you can say: — Níbo ni wọn gbà jádẹ?

11. To tell someone her destination is 'right here', you can say: — Ibí yì.

12. To tell someone her destination is 'over there', you can say: — Ibẹ yẹn.

13. To tell someone to write something down: — Jọwọ, kọ sílẹ.

14. To tell someone his or her destination is not faraway: — Kò jìnà.

15. To ask how to get to a destination (market): — Báwo ni mo ṣe le dé ọjà?

16. To tell someone you understand something: — Ó yé mi.

17. To ask how far somewhere is from your location: — Báwo ni ó ṣe jìnà sí ibí?

18. To tell someone to continue walking: — Túnbọ máa rìn.

19. To tell someone to walk down: — Rìn sí ìsàlẹ.

20. To ask someone to go across a street: — Sọdá si òpópónà.

21. To describe an intersection, you can say: — Ni órí ìtamẹta.

22. To tell someone to turn around: — Yí po.

Moods Activity Page 44

1. To ask how someone is feeling: — Báwo ni?

2. To tell someone you are angry: — Inú ń bí mí.

3. To tell someone you are excited or happy: — Inú mì ń dùn.

4. To tell someone you are sad: — Inú mi ò dùn.

5. To tell someone you want to be left alone: — Fi mí sílẹ.

6. To tell someone to 'go away': — Jọwọ, máa lọ.

7. To ask someone why he or she feels someway, you can say: — Kílódé?

8. To tell someone you are scared: — Ẹrù ń bà mí.

9. To tell someone to say the truth: — Sọ òótọ fún mí.

10. To tell someone not to tell you lies: — Má parọ fún mí.

11. To tell someone you are surprised: — Ó yà mí lẹnu.

12. To tell someone something is troubling you: — Nnkan dùn mí.

13. To tell someone you love him or her: — Mo nifẹ rẹ.

14. To tell someone you are feeling sleepy: — Orun ń kun mí.

15. When you do not want someone to touch you, say: — Má fi ọwọ kàn mí.

16. When you do not want someone to offend you, say: — Má bi mí ńinú.

17. To tell someone you are irritated: — Aya n rin mí.

18. To tell someone you are feeling dizzy: — Òyì ń kọ mí.

Emergencies Activity Page 49

1.	To call for help when you are in danger:	Ẹ gbà mí o!
2.	To ask about a situation:	Kílódẹ́?
3.	To tell someone you have missed your way:	Mo ti ṣì ọnà.
4.	To call for help when you and another person are in danger, say:	Ẹ gbà wa o!
5.	To tell someone you have lost your money:	Mo ti sọ owó mí nù.
6.	To tell someone there is a fire:	Iná ń jó.
7.	To tell someone to call the police:	Jọwọ, pe àwọn ọlọpàá.
8.	To say sorry to someone:	Pẹlẹ.
9.	To tell someone you need to see a doctor:	Mo ní láti rí dókítà.
10.	To tell someone something is taboo:	Èèwọ ni o.
11.	To tell someone not to say something:	Má sọ bẹẹ.
12.	To tell someone you had an accident:	Mo ní ìjàmbá.
13.	To tell someone you have a headache:	Orí ń fọ mi.
14.	To tell someone your body aches:	Ara ń ro mí.
15.	To tell someone to come urgently:	Sá ré wá.
16.	To ask where the toilet is:	Níbo ni ilé ìgbọnsè wà?
17.	To tell someone you want to poo:	Mo fẹ yàgbẹ.
18.	To tell someone you want to pee:	Mo fẹ tọ.
19.	To tell someone you have broken your leg:	Mo tí kán lẹsẹ.
20.	To warn someone to be careful:	Rọra!
21.	To tell someone to help you:	Jọwọ, ràn mí lọwọ.
22.	To express pity, you can say:	O mà ṣé ò.

Catching up Activity Page 53

1. To say hello to a friend: — Báwo ni?

2. To respond to a hello greeting, you can say: — Dáadáa ni.

3. When you are just seeing someone after a long time, you can say: — Ó tó ojọ mẹta.

4. To ask a friend where he or she is: — Níbo lo wà?

5. To tell someone you are at home: — Mo wà ní ilé.

6. To ask after someone's mom: — Báwo ni iya rẹ?

7. To ask about someone's household: — Báwo ni àwọn ará ilé?

8. To ask a friend if he or she remembers Babatunde: — Ṣé o rántí Babatunde?

9. To ask if someone knows Ọlamide: — Ṣé o mọ Ọlamide?

10. To tell someone you do not know Ọlamide: — Mi ò mọ Ọlamide.

11. To ask if someone knows about an event: — Ṣé o mọ nípa ayẹyẹ na?

12. To tell someone, you are about to go now: — Mo ní láti lọ nísìnyín.

13. To tell someone to extend regards on your behalf to his or her household: — Bámi kí gbogbo awọn ará ilé.

14. To tell someone, Yes, you can say: — Bẹẹni.

15. To ask for Ọlamide's whereabout: — Níbo ni Ọlamide wà?

16. To respond that another person is in Ibadan: — Ó wà ní Ibadan.

17. To ask if someone read about a friend's story: — Ṣé o ka nípa iroyin rẹ?

18. To tell someone you know a bit of something: — Díe.

19. To ask a friend if he or she heard about Bimbọ: — Ṣe o gbọ nípa Bimbọ?

20. To tell someone, No, you can say: — Rárá.

Glossary

Everyday phrases

 **Glossary**

#	Yoruba	English
1.	Díẹ	A little bit
2.	Nípa	About
3.	Pẹlú	Also
4.	Pẹlú/àti	And
5.	Dá mi lóhùn	Answer me
6.	Ṣe sùúrù	Be patient
7.	Dákẹ	Be quiet/Shut up
8.	Ṣùgbọn/Amọ	But
9.	Ṣé mó le lo eléyìi?	Can I use this?
10.	Wá níbí	Come here
11.	Ṣé o ní...?	Do you have....?
12.	Ṣé onílò ìrànlọwọ?	Do you need help?
13.	Ṣé o lè sọ èdè Yorùbá?	Do you speak Yorùbá?
14.	Ẹ jọwọ	Excuse me
15.	Fún mi	Give me
16.	A dúpẹ	Grateful!
17.	Ṣé o ti jẹun?	Have you eaten?
18.	Níbí/níbíyì	Here
19.	Mélòo?	How many?
20.	È ló?	How much?
21.	Báwo ni ìṣe dédé rẹ?	How often?
22.	Báwo?	How?
23.	Ṣe-kía	Hurry up
24.	Mo gbà	I agree
25.	Mo jẹ	I am
26.	Mò ń bò	I am coming
27.	Orun n kùn mí	I am feeling sleepy
28.	Ebi ń pa mí	I am hungry
29.	Mi ò gbà	I don't agree
30.	Mi ò le sọ ẹdẹ Gẹẹsì	I don't speak English
31.	Mi ò le sọ ẹdẹ Gẹẹsì dáadáa.	I don't speak English very well
32.	Kò yé mi.	I don't understand
33.	Mi ò fẹ	I don't want
34.	Mo ti jẹun	I have eaten

35.	Mo ní...	I have…
36.	Ó yé mi	I understand
37.	Mo fẹ	I want
38.	Mo fẹ jẹun	I want to eat
39.	Mo fẹ tò	I want to pee
40.	Mo fẹ yàgbẹ	I want to poo
41.	Mo ti ṣetán	I'm ready
42.	Tí	If
43.	Má bìínú (Dárí jì mí)	I'm sorry (Please forgive me)
44.	Ṣé ó ti yá?	Is it time?
45.	Ó daa	It is alright
46.	Ó le	It is difficult
47.	Ó da	It is good
48.	Ó to asiko.	It is time
49.	Bóyá	Maybe
50.	Rárá	No
51.	Ó dáa	Okay
52.	Ó dáa , kò sí ìyọnu	Okay, no problem
53.	Tàbí	Or
54.	Jọwọ / Jọọ	Please
55.	Jọwọ wá	Please come
56.	Ṣó yá?	Ready?
57.	Jọwọ, tún-un sọ.	Please repeat
58.	Láti	Since
59.	Láti ìgbàwo?	Since when?
60.	Jòkóo	Sit down
61.	Jọwọ, rọra sọrọ	Please speak slowly
62.	Dìde	Stand up
63.	Ẹ ṣé / O ṣé	Thank you
64.	Ẹ ṣé gan an.	Thank you very much
65.	Ìyẹn	That
66.	Níbẹyẹn	There
67.	Eyíi	This
68.	Nàá	Too
69.	Ẹ kúuṣé	Well done!
70.	Kílódé?	What happened?
71.	Kí ni?	What?
72.	Nígbà wo?	When?
73.	Ní íbo?	Where?
74.	Ta ní?	Who?
75.	Nítorí?	Why?
76.	Béèni	Yes
77.	Ó gbìnyànjú	You tried.